AF284867

Impressum
Verlag: BABADADA GmbH, Nedderfeld 112 , 22529 Hamburg
Geschäftsführer / Verlagsleitung: Harald Hof
Druck: Books on Demand GmbH, In de Tarpen 42, 22848 Norderstedt

Imprint
Publisher: BABADADA GmbH, Nedderfeld 112 , 22529 Hamburg, Germany
Managing Director / Publishing direction: Harald Hof
Print: Books on Demand GmbH, In de Tarpen 42, 22848 Norderstedt

shule
skool

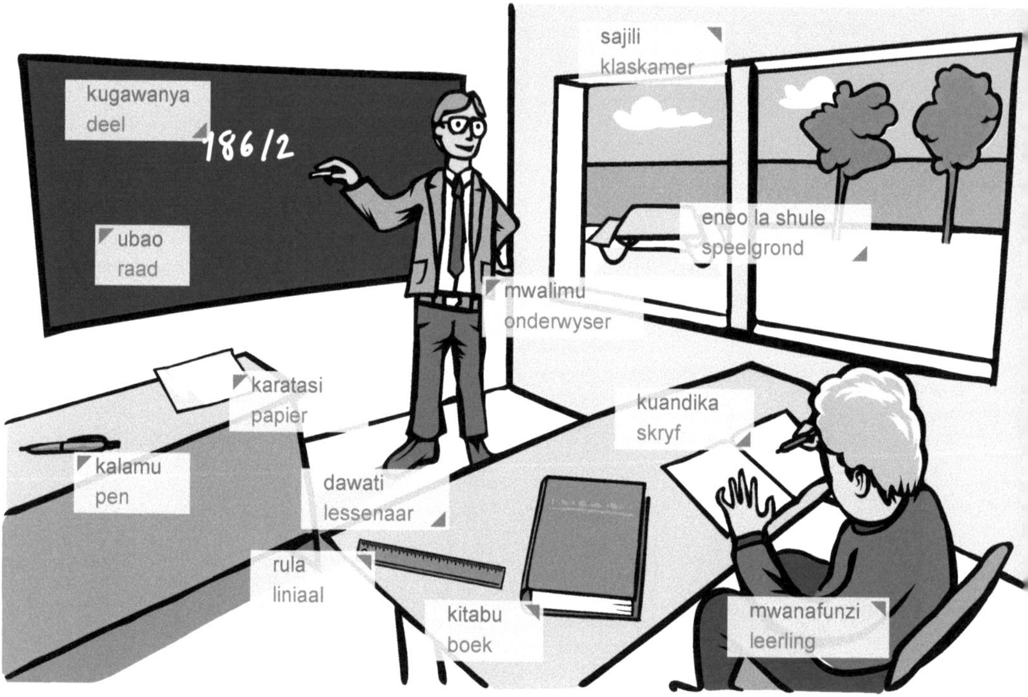

sajili
klaskamer
kugawanya
deel
186/2
ubao
raad
eneo la shule
speelgrond
mwalimu
onderwyser
karatasi
papier
kuandika
skryf
kalamu
pen
dawati
lessenaar
rula
liniaal
kitabu
boek
mwanafunzi
leerling

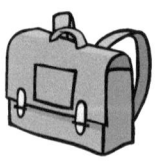

mkoba

skooltas

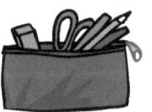

kikasha cha penseli

potloodhouer

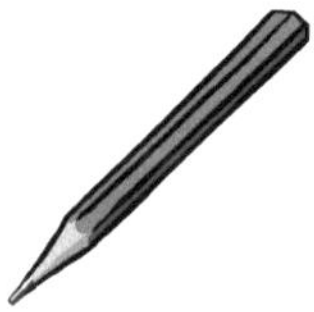

penseli

potlood

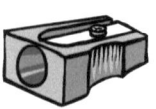

kichonga penseli

skerpmaker

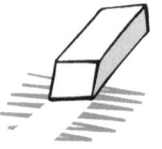

mpira

rubber

pedi ya kuchora

tekenblok

uchoraji

tekening

brashi ya rangi

verfkwas

sanduku la rangi

verfoppervlak

mkasi

skêr

gundi

gom

daftari

oefenboek

kazi ya nyumbani

huiswerk

nambari

aantal

jumlisha

optel

ondoa

aftrek

zidisha

maal

kokotoa

bereken

barua

brief

alfabeti

alaphabet

neno

woord

maandishi
teks

kusoma
lees

chaki
kryt

somo
les

sajili
registreer

uchunguzi
eksamen

cheti
sertifikaat

sare za shule
skooluniform

elimu
onderwys

elezo
ensiklopedie

chuo kikuu
universiteit

darubini
mikroskoop

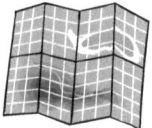

ramani
kaart

kikapu cha kuweka karatasi chafu
vullisdrom

usafiri
reis

hoteli
hotel
Grand
hosteli
hostel
ROOMS
CHANGE
ofisi ya ubadilishanaji
bureau de change
sanduku
tas
gari
motor

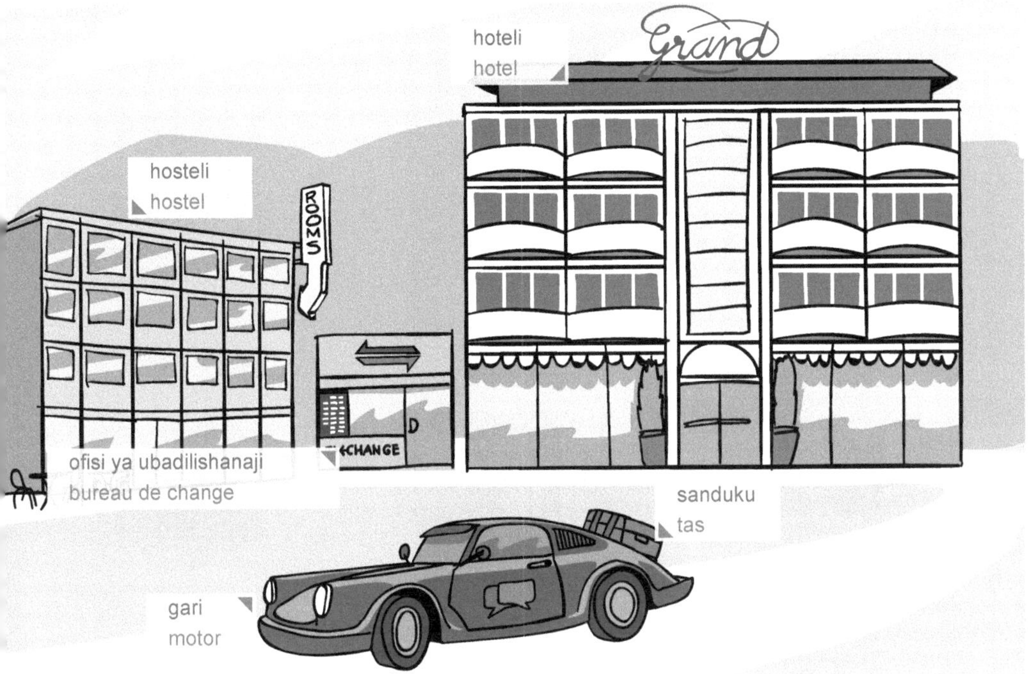

lugha

taal

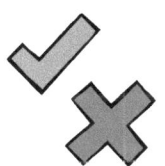

ndiyo / la

ja / nee

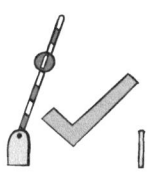

sawa

Goed

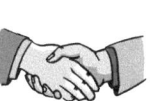

hujambo

hallo

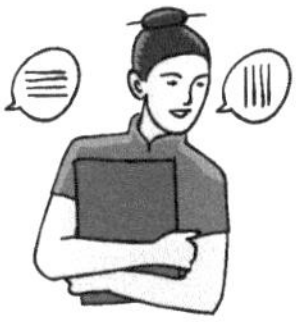

mtafsiri

vertaler

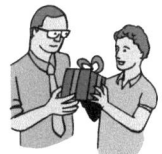

Asante

Dankie

kiasi gani ni ...?

hoeveel is...?

Sielewi

Ek verstaan nie

tatizo

probleem

Jioni njema!

Goeie naand!

Habari za asubuhi!

Goeie môre!

Usiku mwema!

Goeie nag!

kwa heri

totsiens

mwelekeo

rigting

mizigo

bagasie

mfuko

sak

shanta

rugsak

mgeni

gas

chumba

kamer

begi la kulalia

slaapsak

hema

tent

taarifa ya utalii

toeriste-inligting

ufuo

strand

kadi

kredietkaart

kifunguakinywa

ontbyt

chakula cha mchana

middagete

chakula cha jioni

aandete

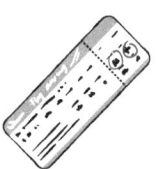

tiketi

kaartjie

kuinua

hysbak

muhuri

posseël

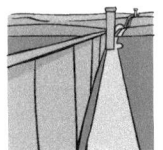

mpaka

grens

mila

doeane

ubalozi

ambassade

visa

visum

pasipoti

paspoort

usafiri
vervoer

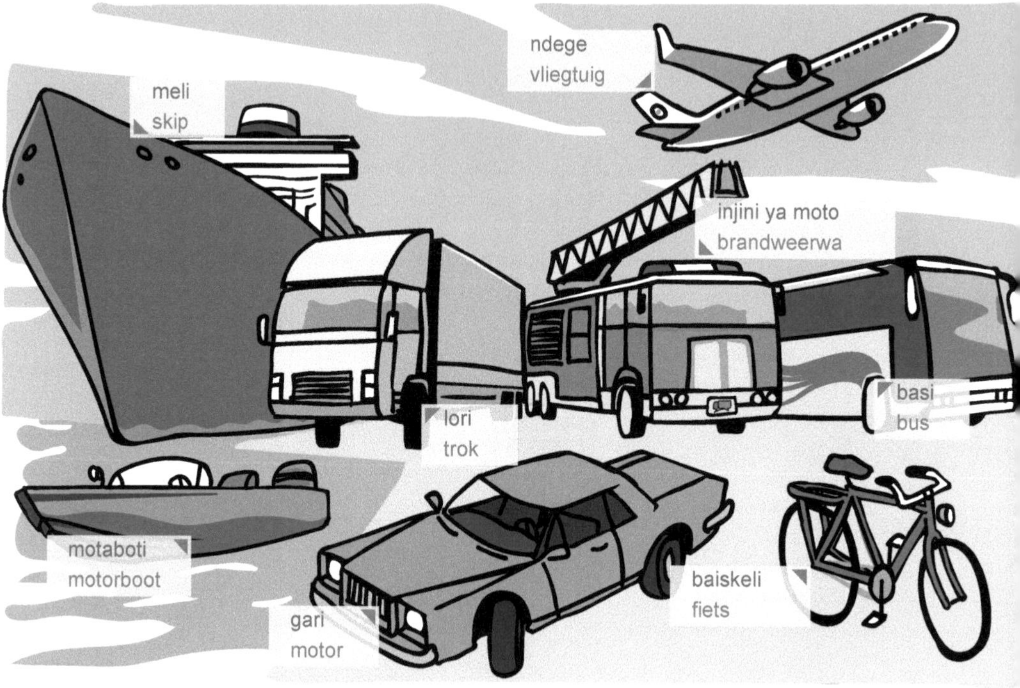
ndege
vliegtuig
meli
skip
injini ya moto
brandweerwa
basi
bus
lori
trok
motaboti
motorboot
baiskeli
fiets
gari
motor

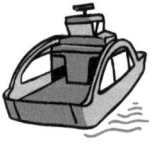

feri
veerboot

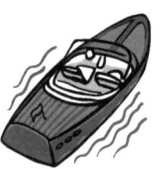

mashua
boot

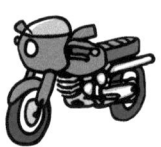

pikipiki
motorfiets

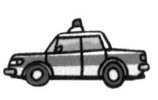

gari la polisi
polisiemotor

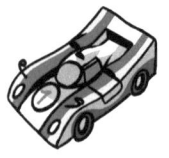

gari la mashindano
renmotor

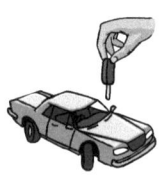

gari la kukodisha
huurmotor

kushiriki gari

car-sharing

lori la kuvuta

insleepvoertuig

ukusanyaji taka

vullisverwydering

motor

enjin

mafuta

brandstof

kituo cha mafuta

vulstasie

ishara trafiki

verkeersteken

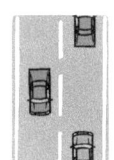

trafiki

verkeer

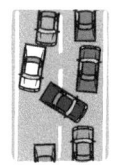

msongamano

verkeersknoop

maegesho

parkeerplek

kituo cha treni

stasie

reli

spore

garimoshi

trein

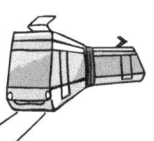

tremu

tram

gari la mizigo

wa

helikopta

helikopter

uwanja wa ndege

lughawe

mnara

toring

abiria

passasier

chombo

houer

katoni

karton

mkokoteni

karretjie

kikapu

mandjie

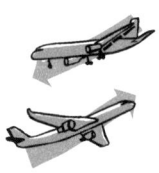

ondoka

opstyg / land

jiji

stad

kijiji

dorpie

katikati ya jiji

middestad

nyumba

huis

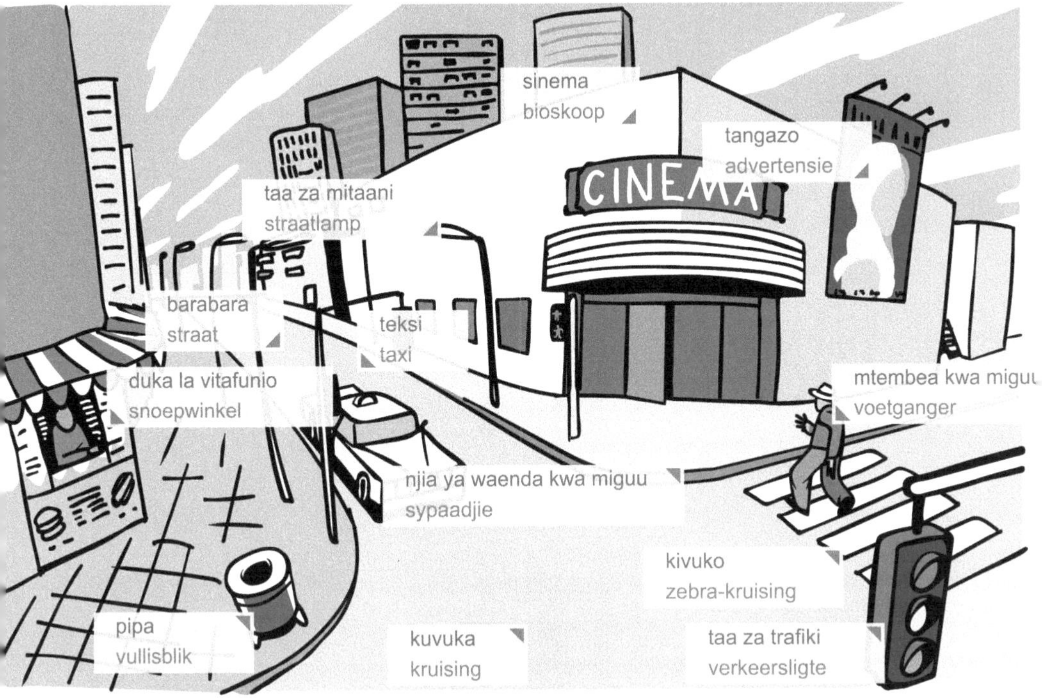

sinema
bioskoop

tangazo
advertensie

taa za mitaani
straatlamp

CINEMA

barabara
straat

teksi
taxi

duka la vitafunio
snoepwinkel

mtembea kwa miguu
voetganger

njia ya waenda kwa miguu
sypaadjie

kivuko
zebra-kruising

pipa
vullisblik

kuvuka
kruising

taa za trafiki
verkeersligte

kibanda
hut

gorofa
woonstel

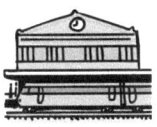

kituo cha treni
stasie

ukumbi wa mji
stadsaal

Makavazi
museum

shule
skool

chuo kikuu

universiteit

benki

bank

hospitali

hospitaal

hoteli

hotel

duka la dawa

apteek

ofisi

kantoor

duka la kitabu

boekwinkel

duka

winkel

duka la maua

bloemis

dukakuu

supermark

soko

mark

idara ya kuhifadhi

handelshuis

mwuza samaki

viswinkel

kituo cha ununuzi

inkopiesentrum

bandari

hawe

Hifadhi

park

benki

bankie

daraja

brug

vidato

trappe

chini ya ardhi

moltrein

handaki

tonnel

kituo cha mabasi

bushalte

bar

kroeg

mgahawa

restaurant

sanduku la posta

posbus

ishara ya barabara

straatnaambord

mita ya maegesho

parkeermeter

bustani ya wanyama

dieretuin

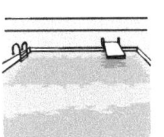

kidimbwi cha kuogelea

swembad

msikiti

moskee

shamba
plaas

uchafuzi
besoedeling

makaburini
begraafplaas

kanisa
kerk

uwanja wa michezo
speelgrond

hekalu
tempel

mazingira
landskap

jani
blaar

ishara ya mwelekeo
padwyser

njia
pad

malisho
weiland

jiwe
klip

mtembeaji wa masafa
voetslaner

mti
boom

mto
rivier

nyasi
gras

ua
blom

bonde
vallei

kilima
heuwel

ziwa
meer

msitu
bos

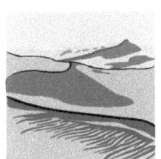

jangwa
woestyn

volkano
vulkaan

ngome
kasteel

upinde wa mvua
reënboog

uyoga
sampioen

mtende
palmboom

mbu
muskiet

kuruka
vlieg

chungu
mier

nyuki
by

buibui
spinnekop

mende

miskruier

chura

padda

kuchakuro

eekhoring

nungunungu

krimpvarkie

sungura

haas

bundi

uil

ndege

voël

swan

swaan

nguruwe mwitu

wildevark

kulungu

takbok

aina ya kongoni

elk

bwawa

opgaardam

tabo ya upepo

windturbine

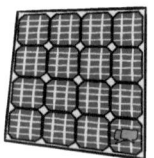

nishaji ya jua

sonpaneel

hali ya hewa

klimaat

mgahawa
restaurant

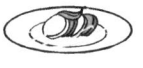

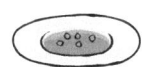

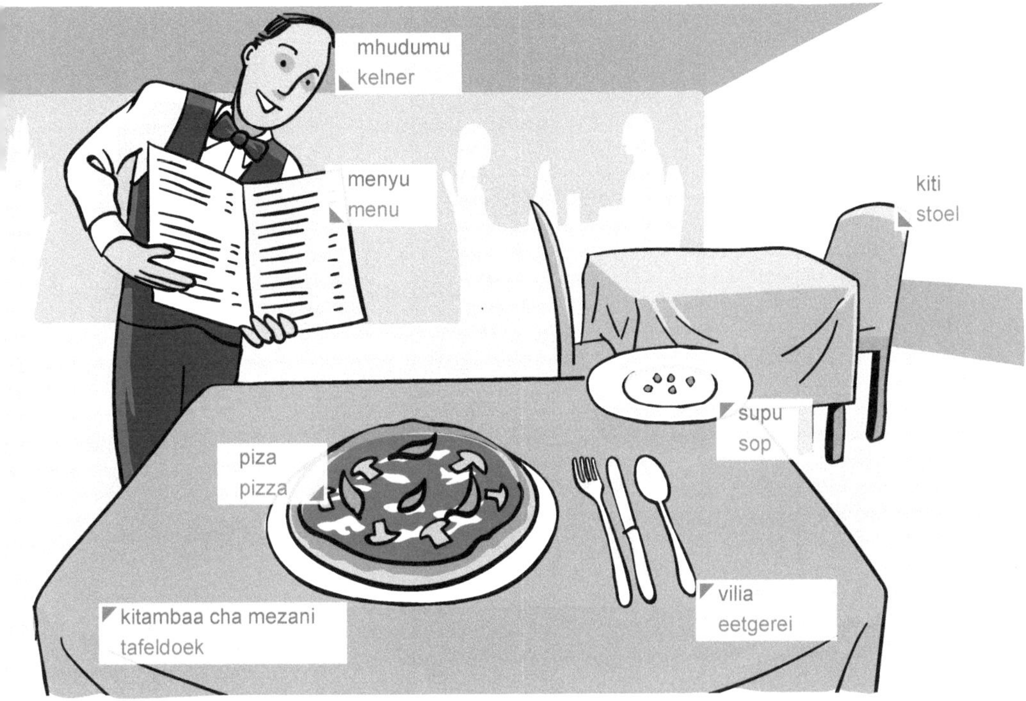
mhudumu
kelner
menyu
menu
kiti
stoel
supu
sop
piza
pizza
vilia
eetgerei
kitambaa cha mezani
tafeldoek

kiamsha hamu

voorgereg

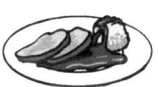

kozi kuu

hoofgereg

kitindamlo

nagereg

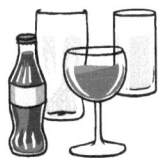

vinywaji

drankies

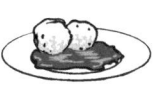

chakula

kos

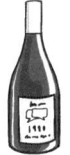

chupa

bottel

chakula cha haraka

kitskos

Streetfood

straatkos

buli

teepot

kisanduku cha sukari

suikerverpakking

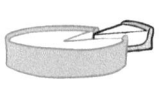

sehemu

porsie

mashine ya espresso

espresso masjien

kiti kirefu

hoë stoel

muswada

rekening

trei

skinkbord

kisu

mes

uma

vurk

kijiko

lepel

kijiko cha chai

teelepel

nepi

servet

glasi

glas

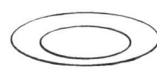

sahani

gereg

sahani ya supu

sopbakkie

sufuria

piering

mchuzi

sous

kichanyaji chumvi

soutpot

kinu cha pilipili

pepermeul

siki

asyn

mafuta

olie

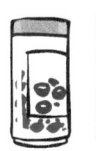

viungo

speserye

kechapu

tamatiesous

haradali

mosterd

kachumbari nzito

mayonaise

dukakuu
supermark

ofa maalum
spesiale aanbieding
FOR
mteja
kliënt
maziwa
suiwelprodukte
matunda
vrugte
toroli
trollie

BUTCHERS

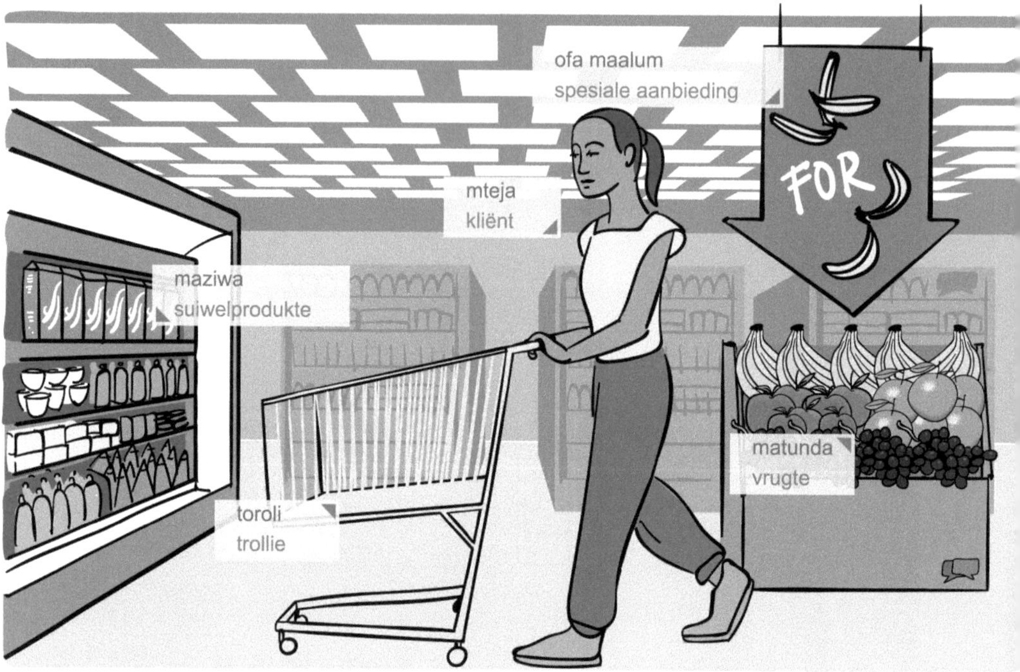

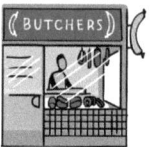

mchinjaji

slaghuis

BAKERY

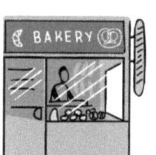

mwokaji

bakkery

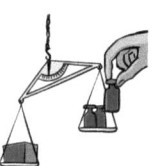

uzito

weeg

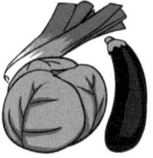

mboga

groente

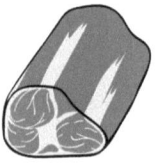

nyama

vleis

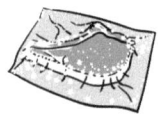

chakula waliohifadhiwa

bevrore voedsel

vipande vya nyama baridi

kouevleis

chakula cha kopo

blikkieskos

sabuni ya unga

waspoeier

pipi

lekkers

bidhaa za kaya

huishoudelike produkte

bidhaa za kusafisha

skoonmaakprodukte

mtu mauzo

verkoopsvrou

mpaka

kasregister

keshia

kassier

orodha ya manunuzi

inkopielys

masaa ya ufunguzi

besigheidsure

mkoba

beursie

kadi

kredietkaart

mfuko

sak

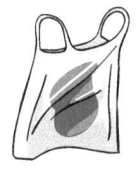

mfuko wa plastiki

plastieksak

vinywaji
drankies

maji

water

sharubati

sap

maziwa

melk

coke

coke

mvinyo

wyn

bia

bier

pombe

alkohol

kakao

kakao

chai

tee

kahawa

koffie

spreso

espresso

kapuchino

cappuccino

ndizi

piesang

tufaha

appel

machungwa

lemoen

tikiti

waatlemoen

lemon

suurlemoen

karoti

wortel

kitunguu saumu

knoffel

mianzi

bamboes

kitunguu

ui

uyoga

sampioen

karanga

neute

nudo

noedels

spageti

spaghetti

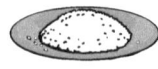

mpunga

rys

saladi

slaai

vibanzi

aartappelskyfies

viazi vya kukaanga

gebraaide aartappels

piza

pizza

hambaga

hamburger

sandwichi

toebroodjie

kipande

kotelet

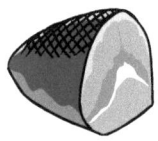

paja la mnyama

ham

salami

salami

soseji

wors

kuku

hoender

choma

braaivleis

samaki

vis

oats ya uji

hawermoutflokkies

muesli

muesli

cornflakes

graanvlokkies

unga

meel

kroisanti

croissant

andazi

broodrolletjie

mkate

brood

mkate wa kubanika

roosterbrood

biskuti

koekies

siagi

botter

maziwa mgando

dikmelk

keki

koek

yai

eier

yai kukaanga

gebraaide eier

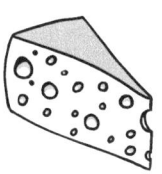

jibini

kaas

aiskrimu
roomys

sukari
suiker

asali
heuning

jemu
konfyt

kuenea kwa chokoleti
nougat-smeer

mchuzi wa viungo
kerrie

shamba
plaas

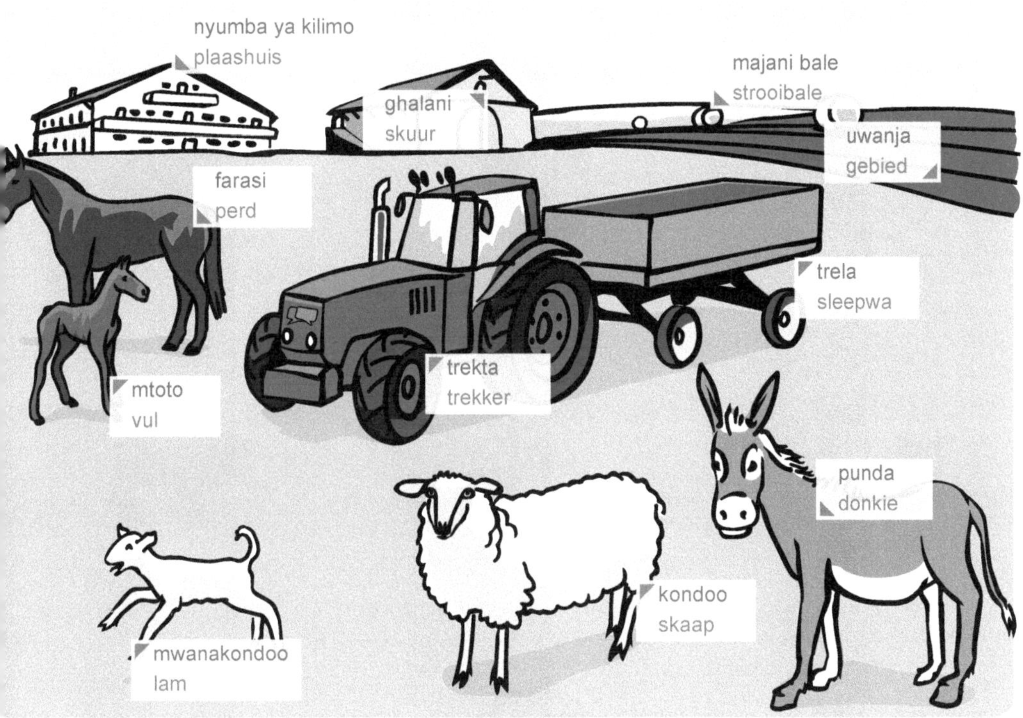
nyumba ya kilimo
plaashuis
majani bale
strooibale
ghalani
skuur
uwanja
gebied
farasi
perd
trela
sleepwa
trekta
trekker
mtoto
vul
punda
donkie
kondoo
skaap
mwanakondoo
lam

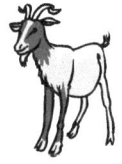

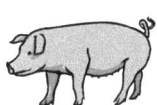

mbuzi

bok

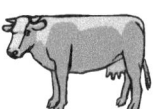

ng'ombe

koei

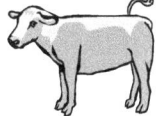

ndama

kalf

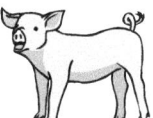

nguruwe

vark

mwananguruwe

varkie

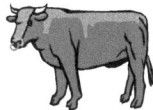

fahali

bul

batabukini

gans

bata

eend

kifaranga

kuiken

kuku

hen

jogoo

haan

panya

rot

paka

kat

panya

muis

ng'ombe

os

mbwa

hond

nyumba ya mbwa

hondehok

bomba la bustani

tuinslang

debe la kumwagilia maji

gieter

fyekeo

sens

kulima

ploeg

mundu

sekel

jembe

skoffel

uma wa nyasi

gaffel

shoka

byl

toroli

kruiwa

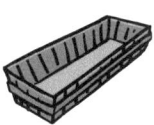

kupitia nyimbo

trog

chombo cha maziwa

melkkan

gunia

sak

ua

heining

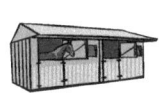

imara

stal

chafu

kweekhuis

udongo

grond

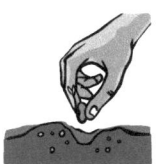

mbegu

saad

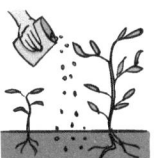

mbolea

kunsmis

kivunaji

stroper

mavuno
oes

mavuno
oes

viazi vikuu
yam

ngano
koring

soya
soja

viazi
aartappel

mahindi
koring

rapa
raapsaad

mti wa matunda
vrugteboom

muhogo
broodwortel

nafaka
graan

nyumba
huis

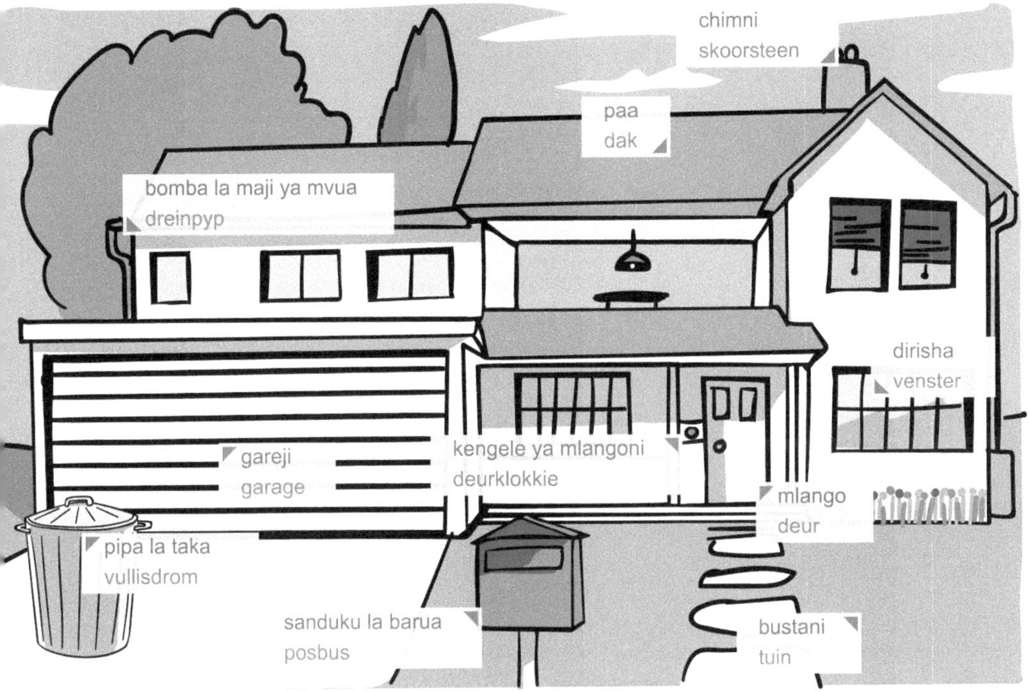
chimni
skoorsteen
paa
dak
bomba la maji ya mvua
dreinpyp
dirisha
venster
gareji
garage
kengele ya mlangoni
deurklokkie
mlango
deur
pipa la taka
vullisdrom
sanduku la barua
posbus
bustani
tuin

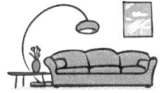

sebuleni

woonkamer

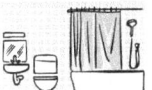

bafu

badkamer

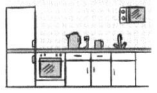

jikoni

kombuis

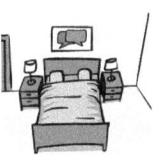

chumba cha kulala

slaapkamer

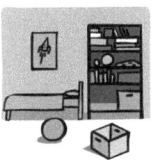

chumba ya mtoto

kinderkamer

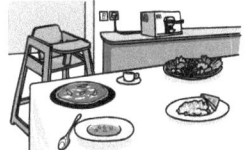

chumba cha kulia

eetkamer

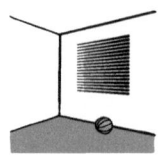

sakafu

vloer

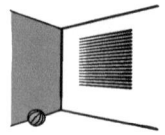

ukuta

muur

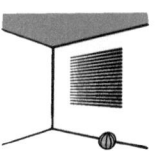

dari

plafon

pishi

kelder

sauna

sauna

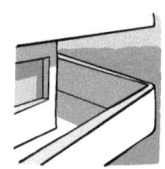

roshani

balkon

mtaro

terras

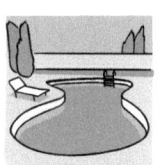

kidimbwi

swembad

mashine ya kukata nyasi

grassnyer

karatasi

beddegoedoortreksel

kitambaa cha kupamba
kitanda

deken

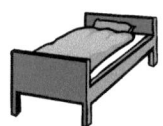

kitanda

bed

ufagio

besem

ndoo

emmer

kubadili

skakelaar

sebuleni
woonkamer

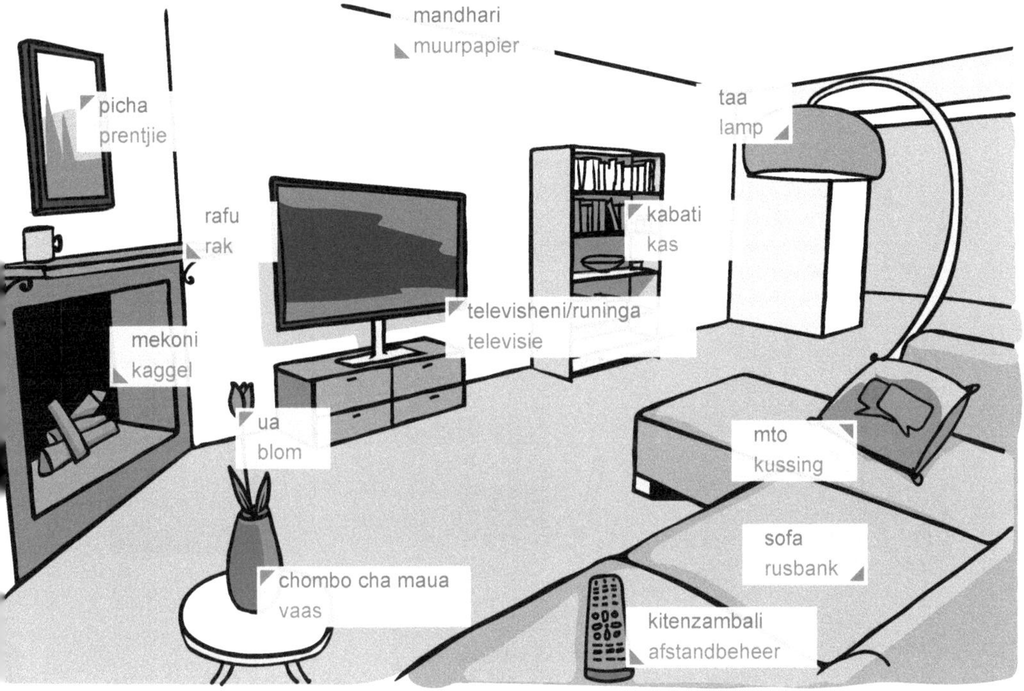
mandhari
muurpapier
picha
prentjie
taa
lamp
rafu
rak
kabati
kas
televisheni/runinga
televisie
mekoni
kaggel
ua
blom
mto
kussing
sofa
rusbank
chombo cha maua
vaas
kitenzambali
afstandbeheer

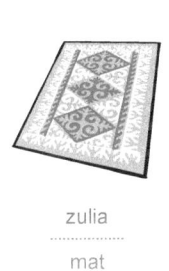

zulia
mat

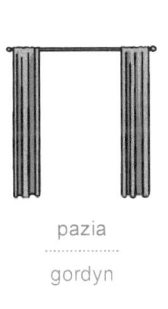

pazia
gordyn

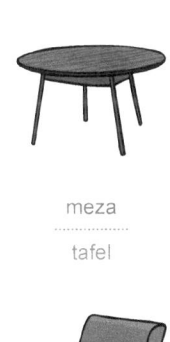

meza
tafel

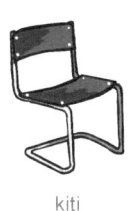

kiti
stoel

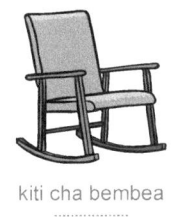

kiti cha bembea
wiegstoel

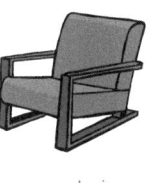

armchair
leunstoel

kitabu

boek

blanketi

kombers

mapambo

versiering

kuni

vuurmaakhout

filamu

film

kifaa cha hi-fi

hoëtroustel

ufunguo

sleutel

gazeti

koerant

uchoraji

skildery

bango

plakkaat

redio

radio

daftari

notaboekie

kifyonza

stofsuier

dungusi kakati

kaktus

mshumaa

kers

jikoni
kombuis

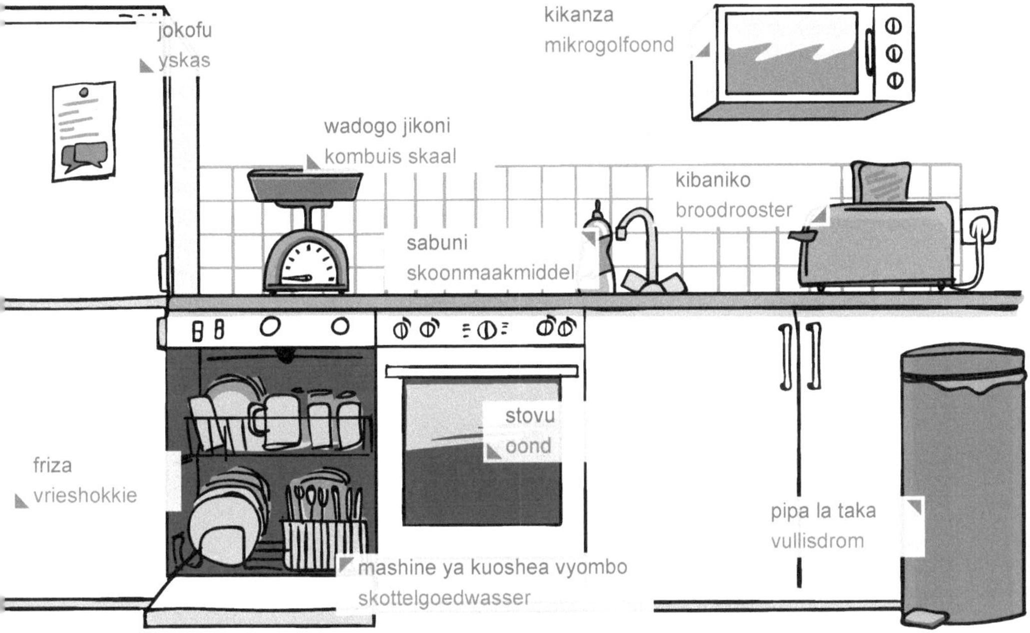
jokofu
yskas
kikanza
mikrogolfoond
wadogo jikoni
kombuis skaal
kibaniko
broodrooster
sabuni
skoonmaakmiddel
stovu
oond
friza
vrieshokkie
pipa la taka
vullisdrom
mashine ya kuoshea vyombo
skottelgoedwasser

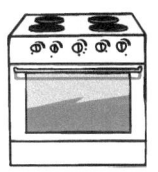

jiko la kupika

drukkoker

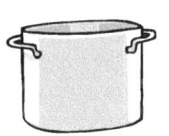

chungu

pot

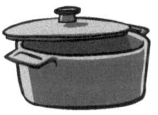

sufuria ya chuma

ysterpot

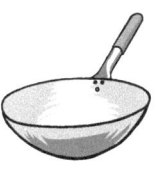

wok / kadai

wok / kadai

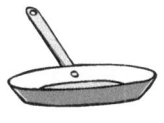

kaango

pan

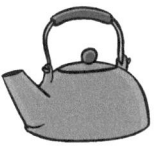

birika

ketel

stima

stoomkoker

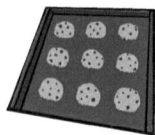

sinia ya kuoka

bakplaat

vyombo vya udongo

breekware

kombe

beker

bakuli

bak

vijiti vya kulia

eetstokkie

ukawa

skeplepel

mwiko mpana

spatel

burashi

klitser

kichujio

sif

chujio

sif

mbuzi

rasper

chokaa

vysel

barbeque

braai

moto wazi

oop vuur

ubao wa majaribio

broodplank

kijiti cha kusukuma unga

koekroller

kizibuo

kurktrekker

kopo

kan

inaweza kopo

blikoopmaker

kishikio cha chungu

vatlap

karo

opwasbak

brashi

borsel

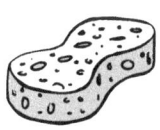

sifongo

spons

kisagaji matunda

menger

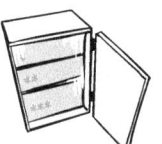

friji ya kina

vrieskas

chupa ya mtoto

bababottel

bomba

kraan

bafu

badkamer

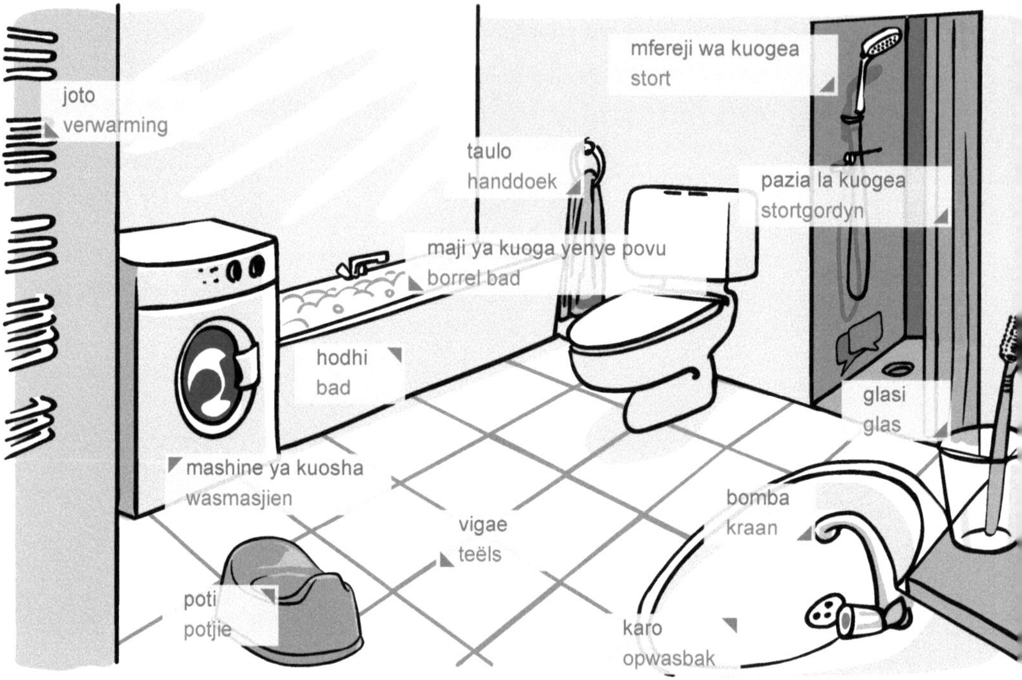
joto
verwarming
mfereji wa kuogea
stort
taulo
handdoek
pazia la kuogea
stortgordyn
maji ya kuoga yenye povu
borrel bad
hodhi
bad
glasi
glas
mashine ya kuosha
wasmasjien
bomba
kraan
vigae
teëls
poti
potjie
karo
opwasbak

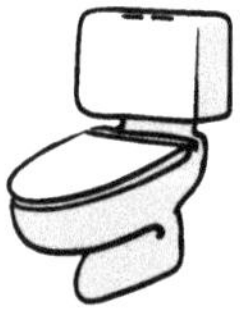

choo

toilet

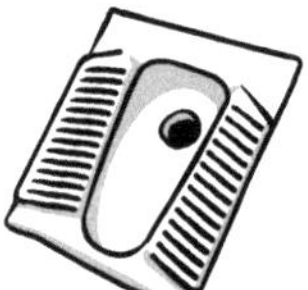

choo cha squat

hurktoilet

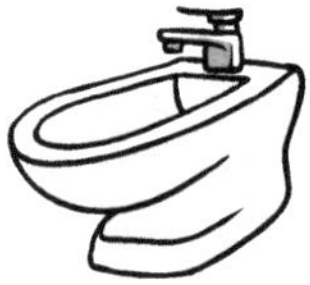

beseni la mviringo

bidet

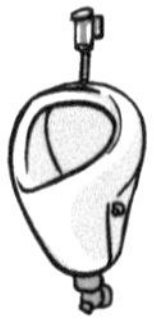

choo cha umma

urinaal

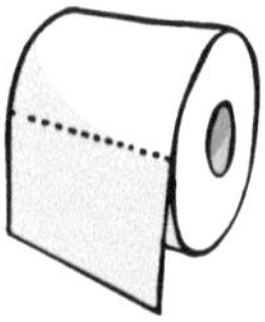

shashi

toiletpapier

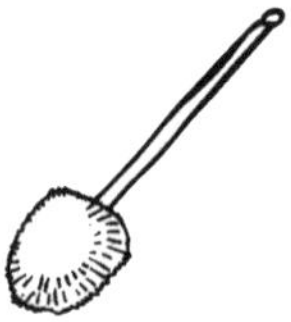

brashi ya choo

toiletborsel

mswaki

tandeborsel

dawa ya meno

tandepasta

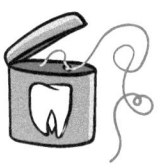

dawa ya meno

tande vlos

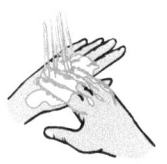

safisha

was

kuoga mkono

handstort

msukumo wa maji

stort

bonde

wasbak

mpako wa pili

rugkantborsel

sabuni

seep

jeli ya kuogea

stortgel

shampuu

sjampoe

flana

flanel

toa maji

drein

krimu

room

kiondoa harufu

reukweerder

kioo

spieël

kioo mkono

spieëltjie

kinyozi

skeermes

povu la kunyoa

skeerroom

baada ya kunyoa

naskeermiddel

kichana

kam

brashi

borsel

kikausha nywele

haardroër

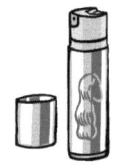

marashi ya nyewele

haarsproei

vipodozi

grimmering

kidomwa

lipstifie

varnish ya msumari

naellak

pamba

watte

mkasi wa kucha

naelknipper

manukato

parfuum

mkoba wa kuosha

toiletsakkie

kinyesi

stoel

mizani

skaal

nguo ya kuoga

badjas

glavu za mpira

rubberhandskoene

kisodo

tampon

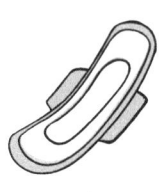

sodo

sanitêre handdoek

kemikali choo

chemiese toilet

chumba ya mtoto
kinderkamer

saa ya kengele
wekker
kidoli cha kupakata
snoesige speelding
gari bandia
speelgoedkarretjie
kelele
ratel
chumba cha midoli
pophuis
sasa
geskenk

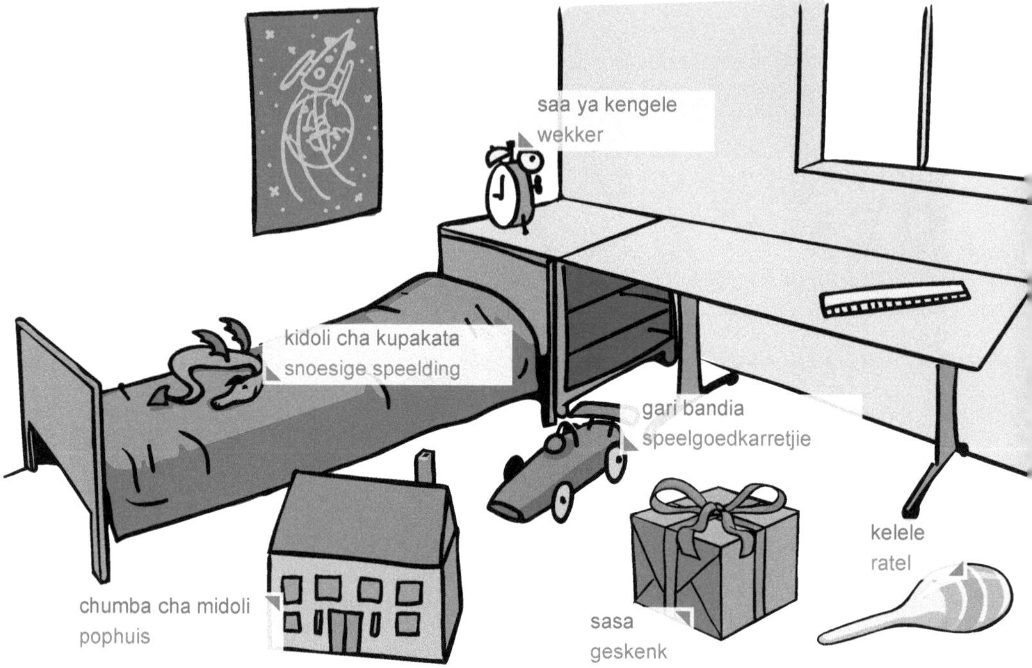

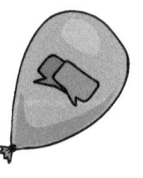

baluni
ballon

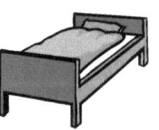

kitanda
bed

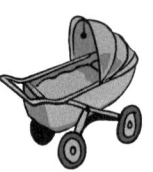

mashua
stootwaentjie

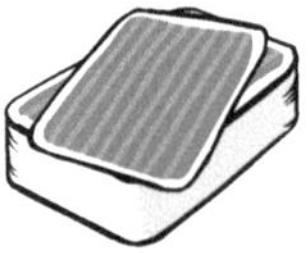

staha ya kadi
kaartespel

mchezo-fumb
legkaart

SUPER MEGA

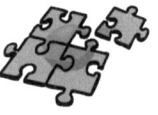

vichekesho
tekenprent

matofali lego

lego-blokkies

vitalu mwigo

speelgoedblokke

hatua takwimu

animasieheld

suti ya kulalia

groeipakkie

kisahani

frisbee

simu

mobile

ubao wa michezo

bordspeletjie

kete

dobbelsteen

garimoshi mwigo

model trein stel

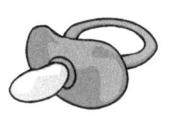

dummy

fopspeen

chama

partytjie

picha kitabu

prenteboek

mpira

bal

kikaragosi

pop

kucheza

speel

shimo la mchanga

sandput

bembea

swaai

vitu bandia

speelgoed

kiweko cha video ya mchezo

videospeletjie-konsole

baiskeli ya magurudumu

driewiel

matatu

mwanasesere

teddiebeer

kabati

klerekas

nguo

klere

soksi

sokkies

stokingi

kouse

kibano

broekiekouse

skafu
serp

mwavuli
sambreel

fulana
t-hemp

ukanda
belt

viatu
skoene

ndara
pantoffels

wakufunzi
tekkies

malapa
sandale

viatu
skoene

mabuti ya mpira
rubber stewels

suruali ya ndani
onderbroek

sidiria
bra

fulana
onderbaadjie

nguo - klere

mwili

liggaam

suruali

broek

dangirizi

jeans

sketi

romp

blauzi

bloes

shati

hemp

vuta

oortrektrui

sweta

oortrektrui

bleza

baadjie

jaketi

baadjie

koti

jas

koti la mvua

reënjas

maleba

kostuum

gauni

rok

mavazi ya harusi

trourok

suti

pak

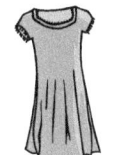

vazi la usiku

nagrok

pajama

pajamas

sari

sari

skafu

kopdoek

kilemba

tulband

burka

burqa

kaftan

kaftan

abaya

abaya

vazi la kuogelea

swembroek

vazi la kiume la kuogelea

swembroek

kaptura

kortbroek

teitei

sweetpak

aproni

voorskoot

glavu

handskoene

kifungo

knoppie

glasi

bril

bangili

armband

mkufu

halssnoer

pete

ring

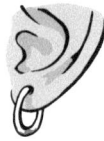

herini

oorbel

kofia

pet

kiango cha koti

klerehanger

kofia

hoed

tai

das

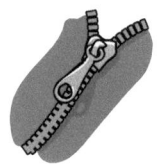

zipu

rits

kofia

helmet

kanda za suruali

draadjies

sare za shule

skooluniform

sare

uniform

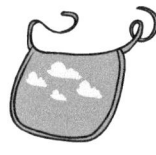

bibu

bib

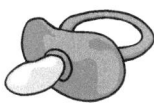

dummy

fopspeen

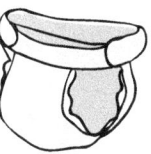

nepi

doek

ofisi

kantoor

seva
bediener
kabati la kuweka faili
liasseerkabinet
kichapishaji
drukker
karatasi
papier
kiwambo
skerm
kipanya
muis
dawati
lessenaar
folda
leêr
kibodi
sleutelbord
u cha kuweka karatasi chafu
drom
kompyuta
rekenaar
kiti
stoel

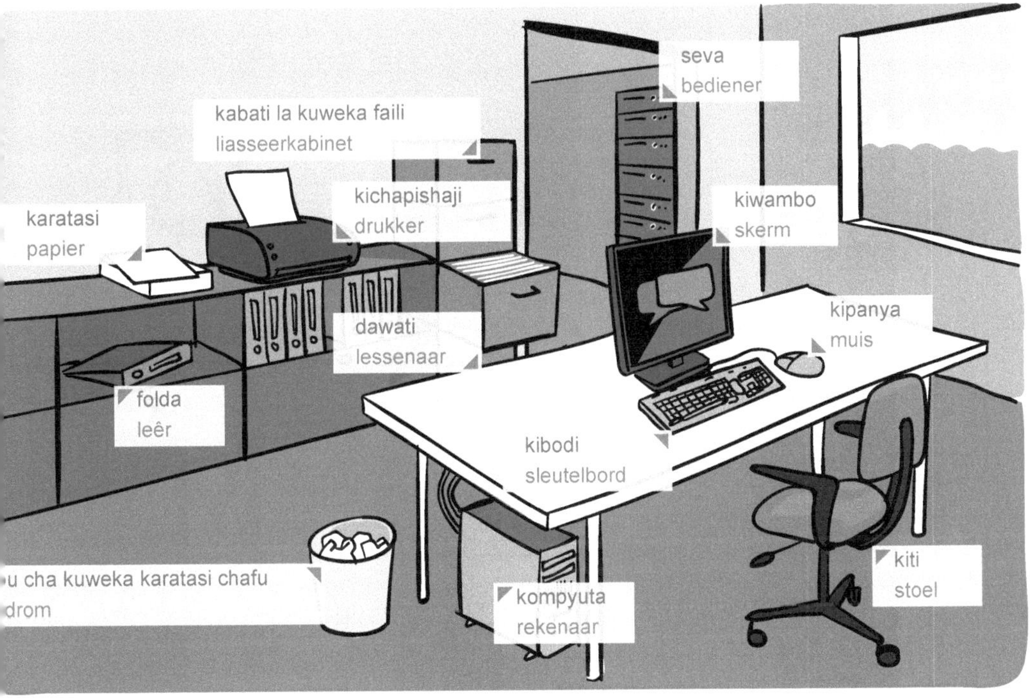

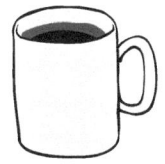

kmobe la kahawa

koffiebeker

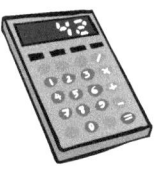

kikokotoo

sakrekenaar

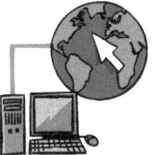

biashara

internet

mbali

skootrekenaar

barua

brief

ujumbe

boodskap

rununu

selfoon

intaneti

netwerk

fotokopia

fotostaatmasjien

programu

sagteware

simu

telefoon

soketi

muurprop

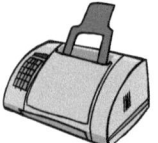

kipepesi

faksmasjien

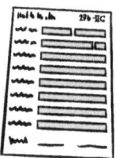

fomu

vorm

hati

dokument

kununua
koop

kulipa
betaal

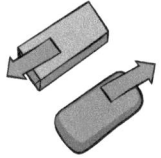

biashara
besigheid doen

fedha
geld

dola
dollar

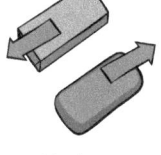

yuro
euro

yeni
yen

rouble
roebel

faranga ya Uswisi
switserse frank

renminbi yuan
renminbi yuan

rupia
rupee

eneo la kulipia
kontantteller (ATM)

ofisi ya ubadilishanaji

bureau de change

dhahabu

goud

fedha

silwer

mafuta

olie

nishati

energie

bei

prys

mkataba

kontrak

kodi

belasting

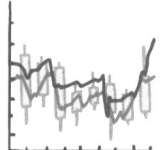

bidhaa

aandele

kazi

werk

mfanyakazi

werknemer

mwajiri

werkgewer

kiwanda

fabriek

duka

winkel

kazi
beroepe

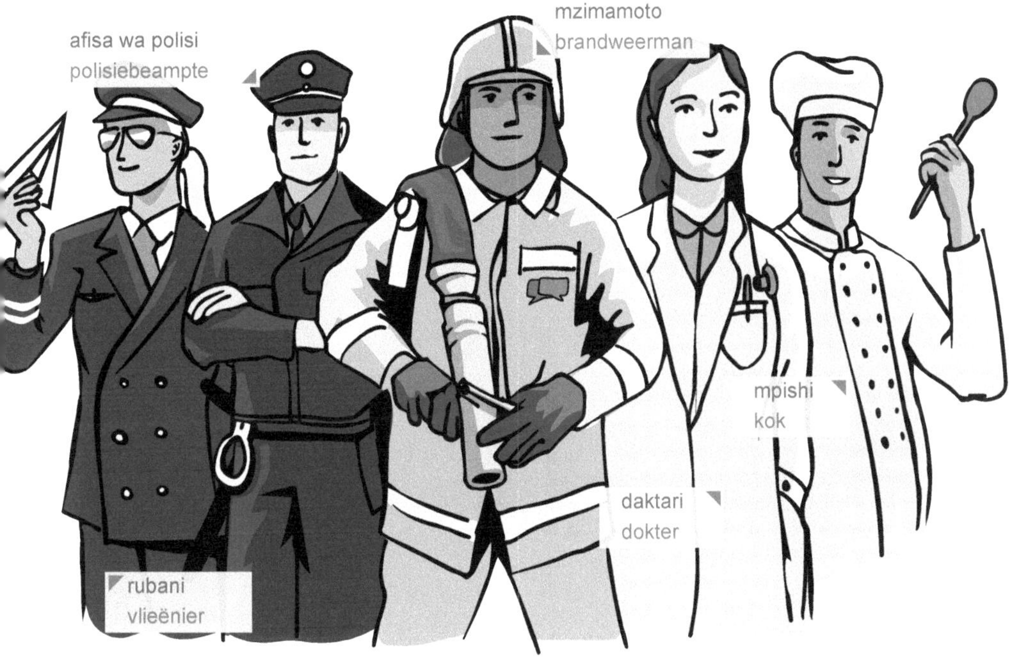

afisa wa polisi
polisiebeampte
mzimamoto
brandweerman
mpishi
kok
daktari
dokter
rubani
vlieënier

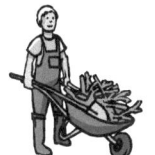

mtunza bustani

tuinier

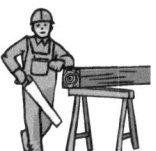

seremala

timmerman

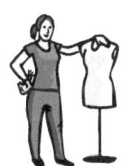

mshonaji

naaldwerkster

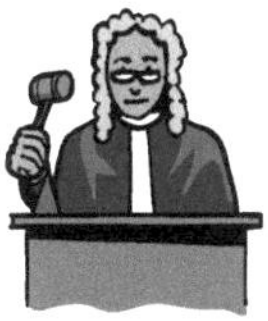

hakimu

regter

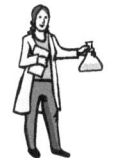

mwanakemia

chemikus

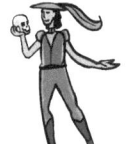

muigizaji

akteur

dereva wa basi

busbestuurder

dereva wa teksi

taxibestuurder

mvuvi

visserman

mwanamke wa kusafisha

skoonmaakvrou

mwezekaji

dakwerker

mhudumu

kelner

mwindaji

jagter

mchoraji

skilder

mwokaji

bakker

umeme

elektrisiën

mjenzi

bouer

mhandisi

ingenieur

mchinjaji

slagter

fundi bomba

loodgieter

mwanaposta

posman

mwanajeshi

soldaat

msanifu majengo

argitek

keshia

kassier

muuza maua

bloemiste

msusi

haarkapper

kondakta

kondukteur

mekanika

werktuigkundige

nahodha

kaptein

daktari wa meno

tandarts

mwanasayansi

wetenskaplike

rabbi

rabbi

imamu

imam

mtawa

monnik

kasisi

predikant

zana

gereedskap

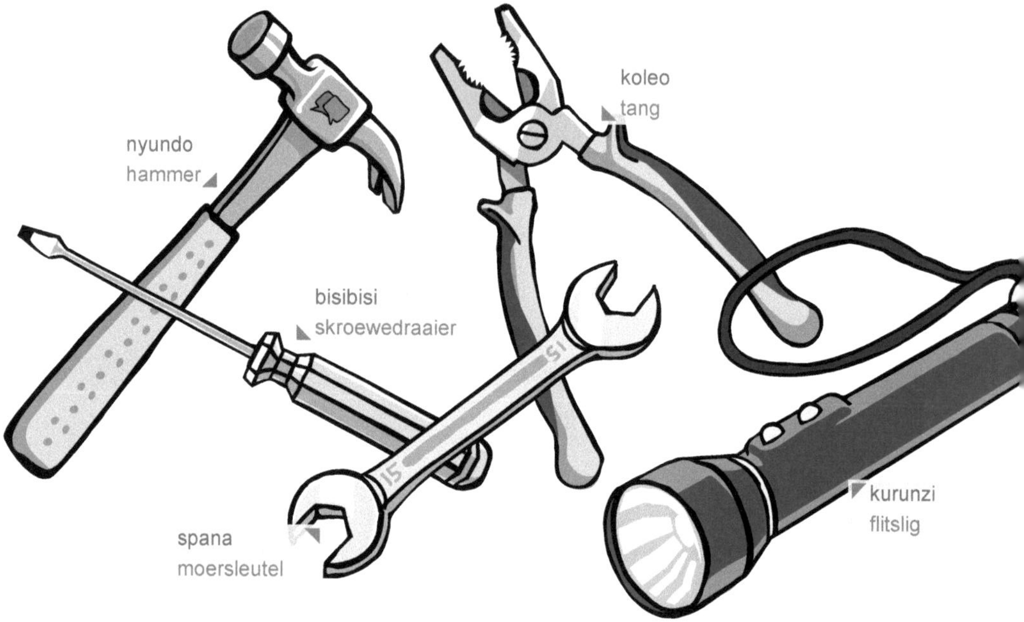

nyundo
hammer
koleo
tang
bisibisi
skroewedraaier
spana
moersleutel
kurunzi
flitslig

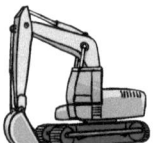

mchimbaji

graaftoestel

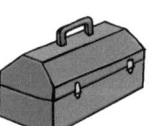

sanduku la vifaa

gereedskapskis

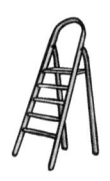

ngazi

leer

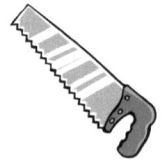

msumeno

saag

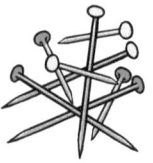

misumari

naels

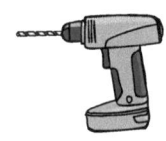

kuchimba visima

boor

kukarabati
regmaak

sepetu
graaf

Lo!
verdomp!

kishikio cha uchafu
skoppie

chungu cha rangi
verfpot

skurubu
skroewe

ala za muziki
musiekinstrumente

mpangilio wa ngoma
drommestel

spika
luidspreker

gita
kitaar

besi mara mbili
kontrabas

tarumbeta
trompet

piano

klavier

fidla

viool

ubeji

bas

timpani

keteltrom

ngoma

dromme

kibodi

sleutelbord

saksafoni

saksofoon

filimbi

fluit

maikrofoni

mikrofoon

bustani ya wanyama
dieretuin

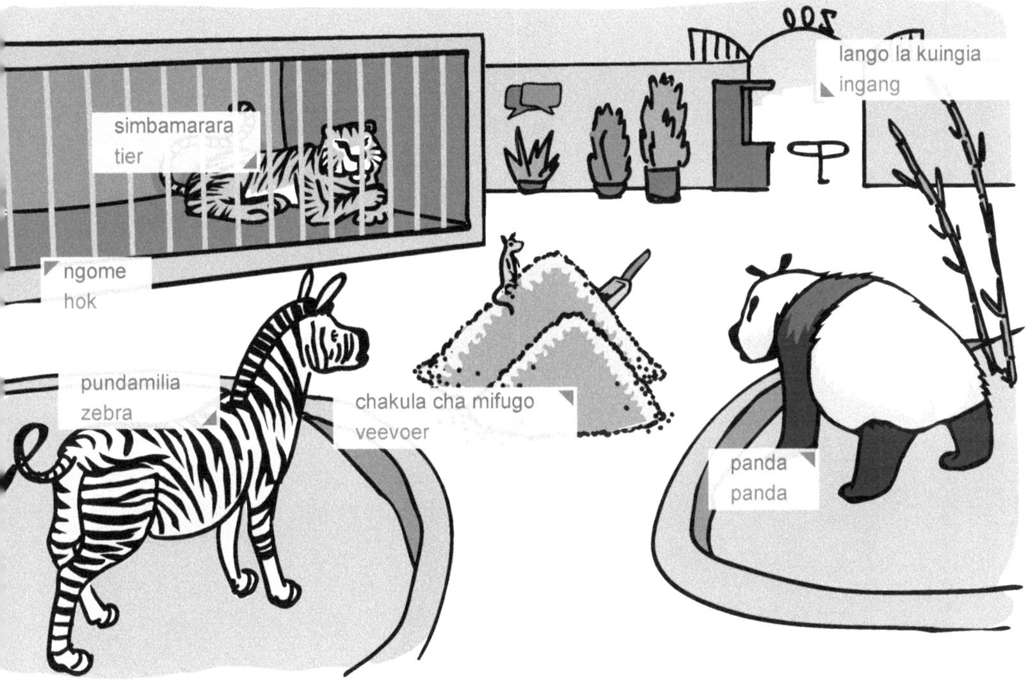

lango la kuingia
ingang
simbamarara
tier
ngome
hok
pundamilia
zebra
chakula cha mifugo
veevoer
panda
panda

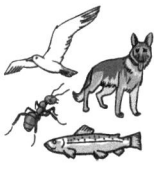

wanyama

diere

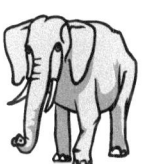

tembo

olifant

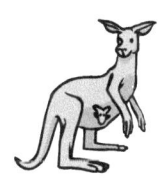

kangaruu

kangaroo

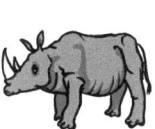

kifaru

renoster

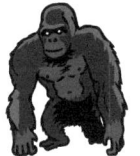

sokwe

gorilla

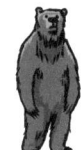

dubu

beer

ngamia

kameel

mbuni

volstruis

simba

leeu

tumbili

aap

heroe

flamink

kasuku

papegaai

dubu

ysbeer

penguini

pikkewyn

papa

haai

tausi

pou

nyoka

slang

mamba

krokodil

mtunza wanyama

dieretuinopsigter

muhuri

rob

jaguar

jaguar

mwanafarasi

ponie

chui

luiperd

kiboko

seekoei

twiga

kameelperd

tai

arend

nguruwe mwitu

wildevark

samaki

vis

kobe

skilpad

sili

walrus

mbweha

jakkals

paa

gemsbok

soka ya marekani
Amerikaanse Voetbal

uendeshaji baiskeli
fietsry

tenisi
tennis

mpira wa kikapu
basketbal

kuogelea
swem

ndondi
boks

magongo ya barafuni
ys-hokkie

soka
sokker

vinyoya
pluimbal

riadha
atletiek

mpira wa mikono
handbal

skii
ski

polo
polo

shughuli
aktiwiteite

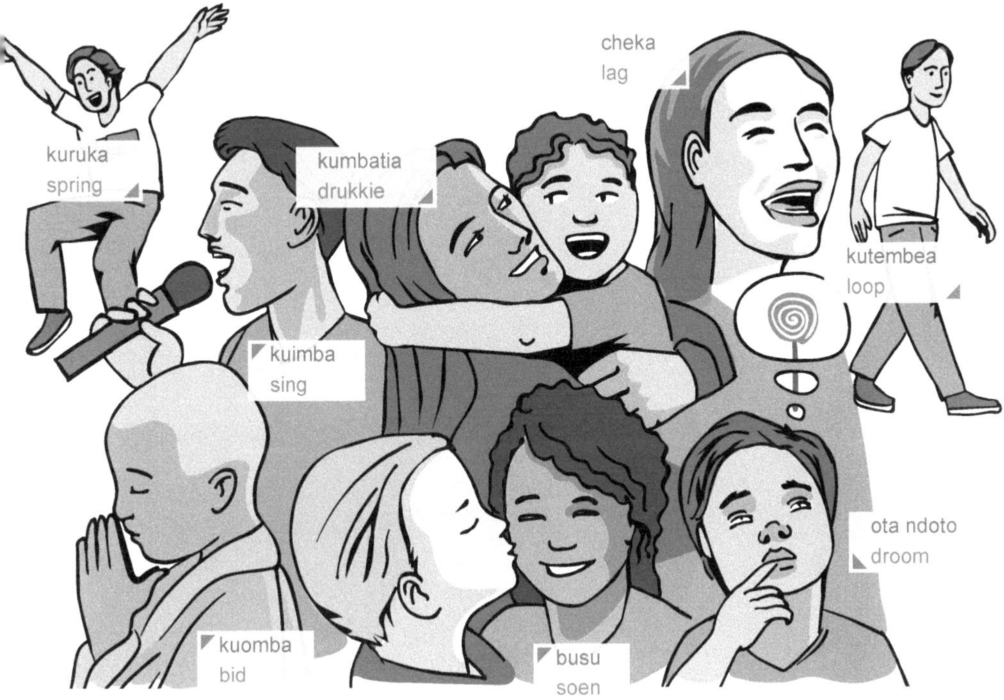
kuruka
spring
kumbatia
drukkie
cheka
lag
kutembea
loop
kuimba
sing
ota ndoto
droom
kuomba
bid
busu
soen

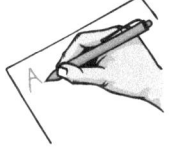

kuandika

skryf

kuteka

teken

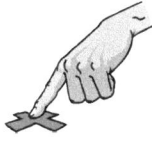

angalia

show

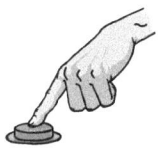

sukuma

druk

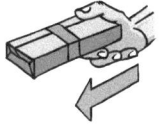

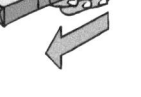

kutoa

gee

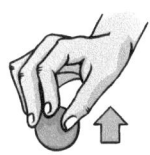

kuchukua

neem

kuwa

het

fanya

doen

kuwa

wees

kusimama

staan

kukimbia

hardloop

vuta

trek

kutupa

gooi

kuanguka

val

hadaa

jok

kusubiri

wag

kubeba

dra

kukaa

sit

vaa nguo

aantrek

usingizi

slaap

kuamka

wakker word

kuangalia
kyk na

lia
huil

kiharusi
streel

chana nywele
kam

ongea
praat

kuelewa
verstaan

kuuliza
vra

kusikiliza
luister

kunywa
drink

kula
eet

nadhifisha
opruim

upendo
liefhê

mpishi
kook

gari
ry

kuruka
vlieg

meli

seil

kokotoa

bereken

kusoma

lees

kujifunza

leer

kazi

werk

kuoa

trou

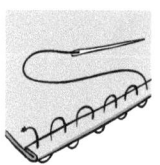

kushona

naai

piga mswaki

tande borsel

kuua

doodmaak

moshi

rook

kutuma

stuur

bibi
ouma

babu
oupa

baba
pa

mama
ma

mtoto
baba

binti
dogter

bin
seun

mgeni

gas

shangazi

tannie

mjomba

oom

kaka

broer

dada

suster

mwili
liggaam

paji la uso
voorkop
jicho
oog
bega
skouer
kidole
vinger
uso
gesig
kidevu
ken
mkono
hand
matiti
bors
mguu
been
mkono
arm

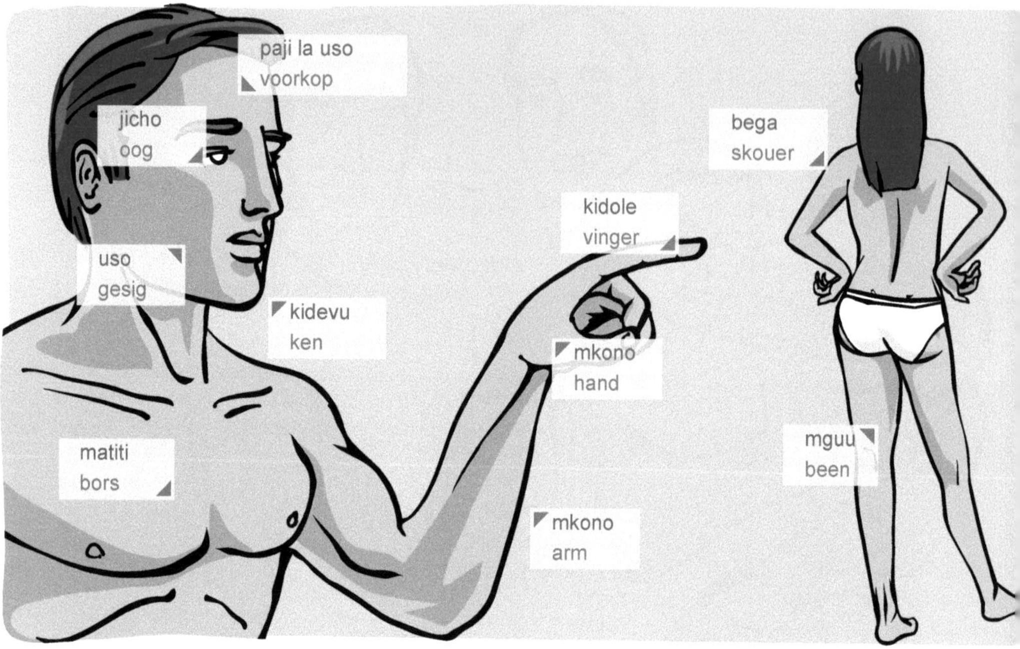

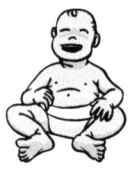

mtoto
baba

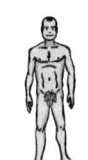

mwanamume
man

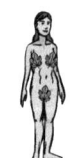

mwanamke
vrou

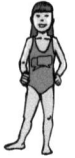

msichana
meisie

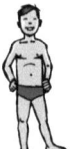

mvulana
seun

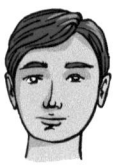

kichwa
kop

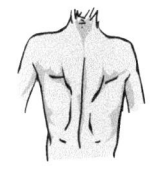

nyuma
rug

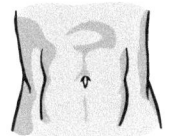

tumbo
buik

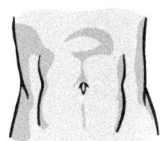

kitovu
naelstring

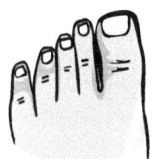

chano
toon

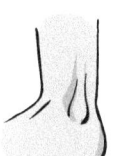

kisigino
hak

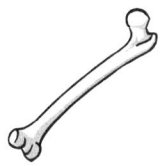

mfupa
been

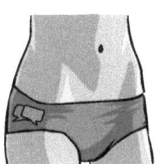

nyonga
heup

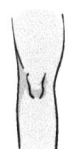

goti
knie

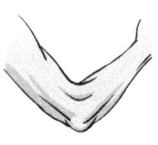

kiwiko
elmboog

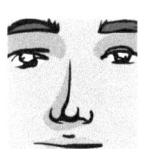

pua
neus

chini
boude

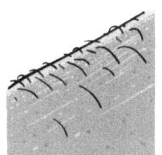

ngozi
vel

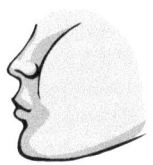

shavu
wang

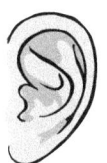

sikio
oor

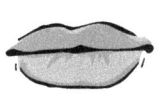

mdomo
lippe

kinywa

mond

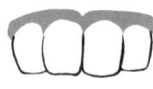

jino

tand

ulimi

tong

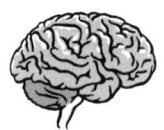

ubongo

brein

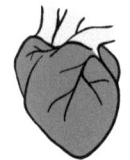

moyo

hart

misuli

spiere

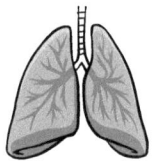

pafu

long

ini

lewer

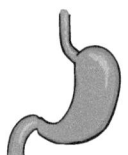

tumbo

maag

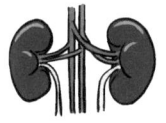

figo

niere

jinsia

seks

kondomu

kondoom

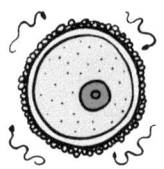

ovari

eierstok

shahawa

semen

mimba

swangerskap

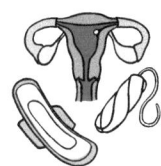

hedhi
....
menstruasie

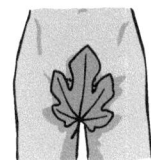

uke
....
vagina

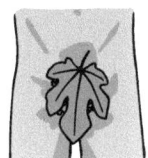

uume
....
penis

unyusi
....
wenkbrou

nywele
....
hare

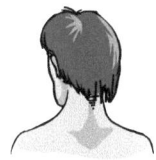

shingo
....
nek

hospitali
hospitaal

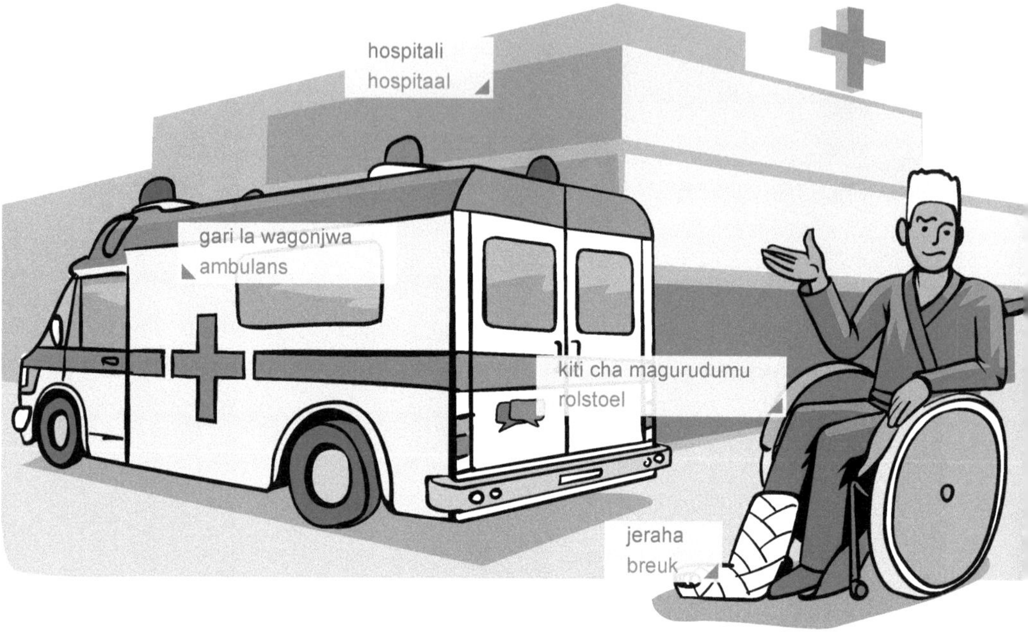

hospitali
hospitaal
gari la wagonjwa
ambulans
kiti cha magurudumu
rolstoel
jeraha
breuk

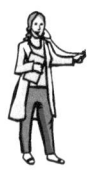

daktari
dokter

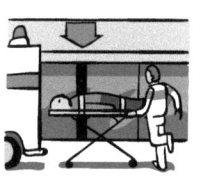

chumba cha dharura
ongevalle

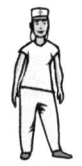

muuguzi
verpleegster

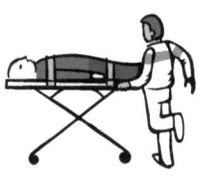

dharura
noodgeval

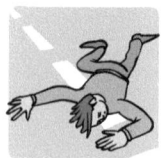

kupoteza fahamu
bewusteloos

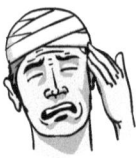

maumivu
pyn

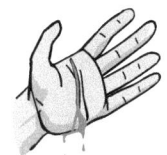

kuumia

besering

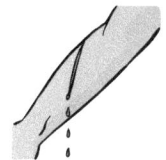

kutokwa na damu

bloeding

mshtuko wa moyo

hartaanval

kiharusi

beroerte

mzio

allergie

kikohozi

hoes

homa

koors

mafua

griep

kuharisha

diarree

maumivu ya kichwa

hoofpyn

kansa

kanker

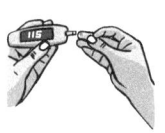

ugonjwa wa kisukari

diabetes

daktari mpasuaji

chirurg

kisu kidogo cha kupasulia

skalpel

operesheni

operasie

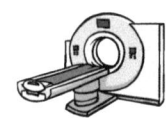

picha changanufu ya mwili

CT

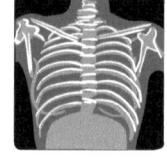

Eksrei

X-straal

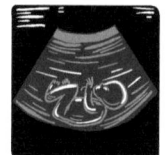

mawimbi sauti

ultraklank

barakoa ya uso

gesigmasker

ugonjwa

siekte

chumba cha kusubiri

wagkamer

mkongojo

kruk

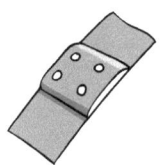

plasta

gips

bendeji

verband

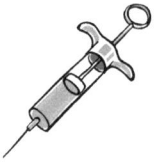

sindano

inspuiting

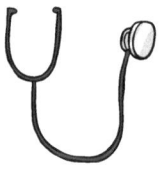

stetoskopu

stetoskoop

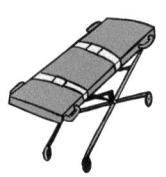

machela

draagbaar

kipimajoto cha kliniki

kliniese termometer

kuzaliwa

geboorte

unene kupita kiasi

oorgewig

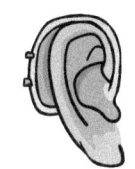

kusikia misaada

gehoorapparaat

kipukusi

ontsmettingsmiddel

maambukizi

infeksie

virusi

virus

VVU / UKIMWI

MIV / vigs

dawa

medisyne

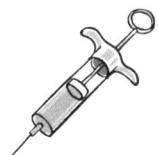

chanjo

inenting

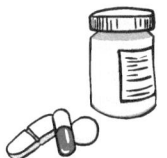

vidonge

tablette

kidonge

pil

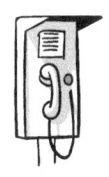

simu ya dharura

noodoproep

haemodainamometa

blooddrukmonitor

mgonjwa / mwenye afya

siek / gesond

Msaada!

Help!

kengele

alarm

pigo

aanranding

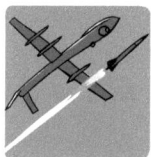

shambulizi

aanval

hatari

gevaar

lango la dharura

nooduitgang

Moto!

Brand!

kizima moto

brandblusser

ajali

ongeluk

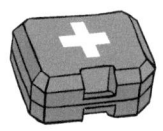

vifaa vya huduma ya kwanza

noodhulpkissie

wito wa msaada

SOS

polisi

polisie

Ulaya

Europa

Amerika ya Kaskazini

Noord-Amerika

Amerika ya Kusini

Suid-Amerika

Afrika

Afrika

Asia

Asië

Australia

Australië

Atlantiki

Atlantiese Oseaan

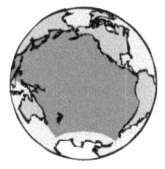

Pasifiki

Stille Oseaan

Bahari ya Hindi

Indiese Oseaan

Bahari ya Antaktiki

Antarktiese Oseaan

Bahari ya Aktiki

Arktiese Oseaan

Ncha ya Kaskazini

Noordpool

Ncha ya Kusini

Suidpool

Antaktika

Antarktika

dunia

aarde

nchi

land

bahari

see

kisiwa

eiland

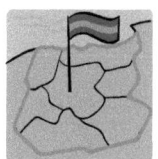

taifa

nasie

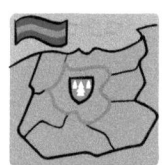

jimbo

staat

uso wa saa

horlosie

akrabu ya saa

uur-aanwyser

akrabu ya dakika

minuut-aanwyser

akrabu ya sekunde

sekonde-aanwyser

Ni saa ngapi?

Hoe laat is dit?

siku

dag

wakati

tyd

sasa

nou

saa ya dijitali

digitale horlosie

dakika

minuut

saa

uur

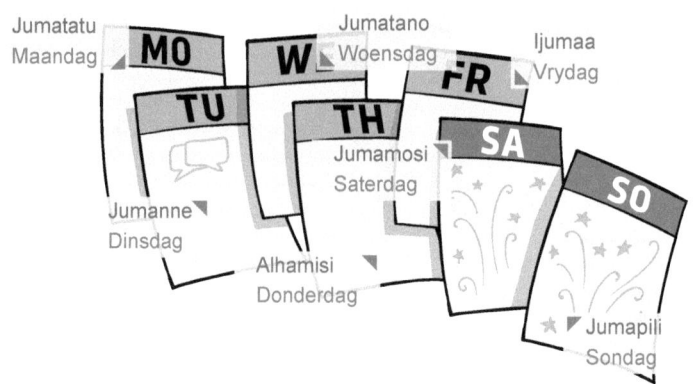

Jumatatu / Maandag — MO
Jumanne / Dinsdag — TU
Jumatano / Woensdag — W
Alhamisi / Donderdag — TH
Ijumaa / Vrydag — FR
Jumamosi / Saterdag — SA
Jumapili / Sondag — SO

jana
gister

leo
vandag

kesho
môre

asubuhi
oggend

saa sita mchana
middag

jioni
aand

MO	TU	WE	TH	FR	SA	SU
1	2	3	4	5	6	7
8	9	10	11	12	13	14
15	16	17	18	19	20	21
22	23	24	25	26	27	28
29	30	31	1	2	3	4

siku za biashara
werksdae

MO	TU	WE	TH	FR	SA	SU
1	2	3	4	5	6	7
8	9	10	11	12	13	14
15	16	17	18	19	20	21
22	23	24	25	26	27	28
29	30	31	1	2	3	4

mwishoni mwa wiki
naweek

mvua
reën

upinde wa mvua
reënboog

theluji
sneeu

upepo
wind

majira ya machipuko
lente

vuli
Herfs

kiangazi
somer

majira ya baridi
winter

4.APRIL	11°	☀
5.APRIL	4°	🌧
6.APRIL	13°	⛈
7.APRIL	8°	❄
8.APRIL	10°	☀

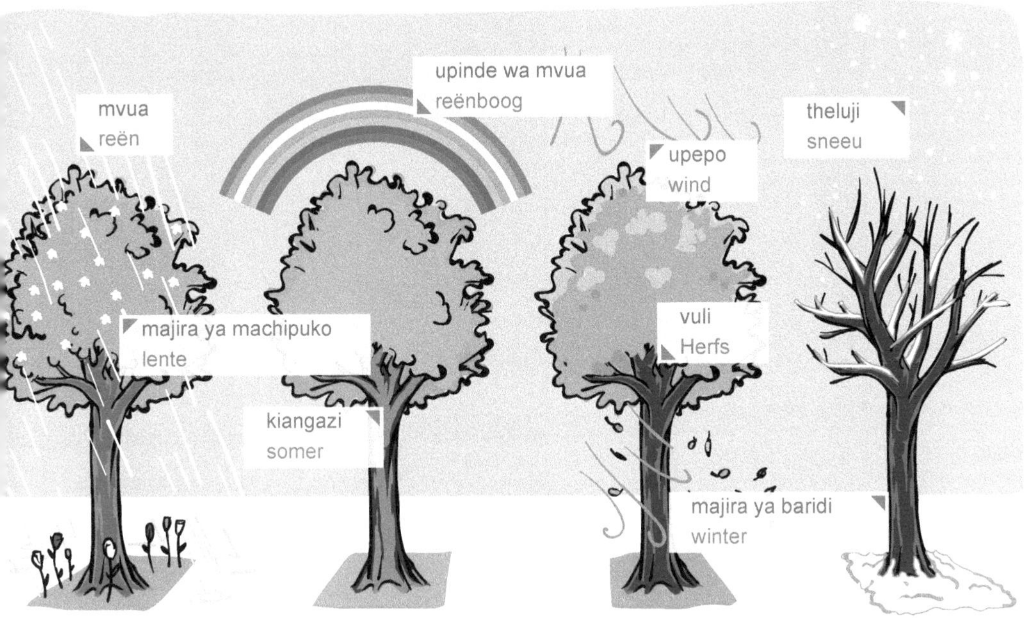

utabiri wa hali ya hewa

weervoorspelling

kipimajoto

termometer

mwanga wa jua

sonskyn

wingu

wolk

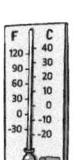

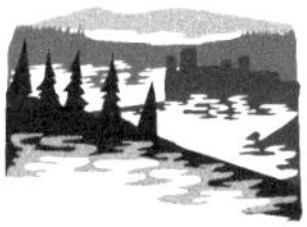

ukungu

mis

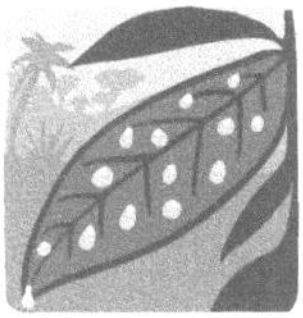

unyevu

humiditeit

umeme

weerlig

radi

donderweer

dhoruba

storm

mvua ya mawe

hael

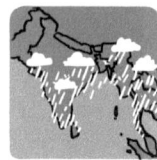

monsuni

reënseisoen

mafuriko

vloed

barafu

ys

Januari

Januarie

Februari

Februarie

Machi

Maart

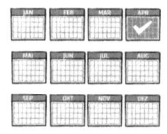

Aprili

April

Mei

Mei

Juni

Junie

Julai

Julie

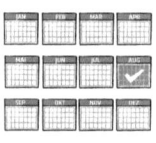

Agosti

Augustus

mwaka - jaar

Septemba
September

Oktoba
Oktober

Novemba
November

Desemba
Desember

maumbo

vorms

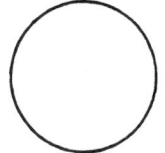

mduara
sirkel

mraba
vierkant

mstatili
reghoek

pembetatu
driehoek

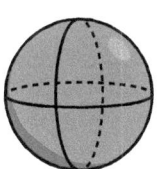

nyanja
gebied

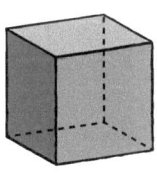

mchemraba
kubus

nyeupe

wit

manjano

geel

chungwa

oranje

rangi ya waridi

pink

nyekundu

rooi

hudhurungi

pers

bluu

blou

kijani

groen

hanja

bruin

jivujivu

grys

nyeusi

swart

mengi / kidogo

'n baie / 'n bietjie

hasira / pole

kwaad / kalm

nzuri / mbaya

pragtig / lelik

mwanzo / mwisho

begin / einde

kubwa / ndogo

groot / klein

angavu / giza

helder / donker

kaka / dada

broer / suster

safi / chafu

skoon / vuil

kamilika / tokamilika

volledige / onvolledige

siku / usiku

dag / nag

wafu / hai

dood / lewendig

pana / nyembamba

wyd / smal

kulika / kutolika

eetbare / oneetbaar

ovu / ema

kwaad / vriendelik

sisimkwa / udhika

opgewonde / verveeld

nene / nyembamba

vet / maer

kwanza / mwisho

eerste / laaste

rafiki / adui

vriend / vyand

jaa / tupu

vol / leeg

ngumu / laini

hard / sag

nzito / nyepesi

swaar / lig

njaa / kiu

honger / dors

mgonjwa / mwenye afya

siek / gesond

haramu / kisheria

onwettige / wettige

akili / kijinga

slim / dom

kushoto / kulia

links / regs

karibu / mbali

naby / vêr

mpya / kutumika

nuut / tweedehands

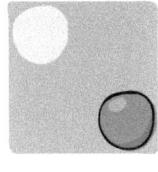

kitu / jambo

niks / iets

zee / changa

oud / jonk

waka / zima

aan / af

wazi / fungwa

oop / toe

utulivu / kelele

stil / lawaaierig

tajiri / masikini

ryk / arm

sahihi / kosa

reg / verkeerd

mbaya / laini

grof / glad

huzunika / furahia

hartseer / gelukkig

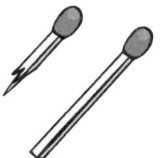

fupi /ndefu

kort / lank

polepole / haraka

stadig / vinnig

nyevu / kavu

nat / droog

joto / baridi

warm / koel

vita / amani

oorlog / vrede

0
sufuri
nul

1
moja
een

2
mbili
twee

3
tatu
drie

4
nne
vier

5
tano
vyf

6
sita
ses

7
saba
sewe

8
nane
agt

9
tisa
nege

10
kumi
tien

11
kumi na moja
elf

12

kumi na mbili

twaalf

13

kumi na tatu

dertien

14

kumi na nne

veertien

15

kumi na tano

vyftien

16

kumi na sita

sestien

17

kumi na saba

sewentien

18

kumi na nane

agtien

19

kumi na tisa

negentien

20

ishirini

twintig

100

mia

honderd

1.000

elfu

duisend

1.000.000

milioni

miljoen

Kiingereza

Engels

Kiingereza cha Marekani

Amerikaanse Engels

Kimandarini cha Uchina

Mandaryns

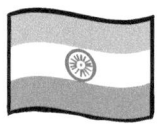

Kihindi

Hindi

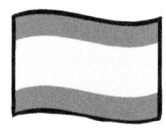

Kihispania

Spaans

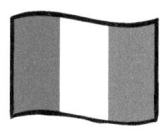

Kifaransa

Frans

Kiarabu

Arabies

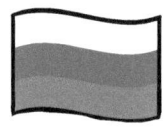

Kirusi

Russies

Kireno

Portugees

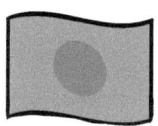

Kibengali

Bengaals

Kijerumani

Duits

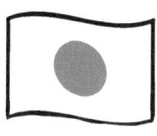

Kijapani

Japanees

mimi

Ek

wewe

jy

yeye / yeye / ni

hy / sy / dit

sisi

ons

wewe

julle

wao

hulle

nani?

wie?

nini?

wat?

jinsi gani?

hoe?

wapi?

waar?

lini?

wanneer?

jina

naam

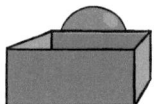

nyuma

agter

katika

in

mbele ya

voor

juu ya

oor

kwenye

bo-op

chini ya

onder

kando

langs

kati

tussen

mahali

plek